పెన్సిల్ పూలు

శేషు కొర్లపాటి

పెన్సిల్ పూలు
శేషు కొర్లపాటి
కవిత్వం

ఛాయా
ప్రచురణలు

PENCIL POOLU
Poetry

Seshu Korlapati
Mob: 96034 60620
seshubabukorlapati@gmail.com

©Author
First Edition: April, 2022

Published By:
Chaaya Resources Centre
A-3, D.No.8-3-222/C/13 & 14,
103, Haritha Apartments,
Madhuranagar,
HYDERABAD-500038
Ph: (040)-23742711
Mobile: +91-70931 65151
email: chaayaresourcescenter@gmail.com

Publication No.: CRC-49
ISBN No. 978-93-92968-26-6

Book & Cover Design:
Kranthi, 77027 41570

For Copies:
All leading Book Shops
https:/amzn.to/3xPaeId
bit.ly/chaayabooks

అంకితం

పిలుపుకు చిన్ని
పేరుకు అక్క
ఆప్యాయతలో అమ్మ

⌘ పూలవనంలోకి...

రుతువుల్లేని కాలానికో ప్రేమలేఖ **09**
పూల వాన 15
నీతో 17
Release you 19
పంజరం 21
ప్రియమైనదానా... 23
Dead nights 25
సంతోషం ఒంటరి కాదు 27
Need a buyer 29
మౌనం ఓ యుద్ధప్రకటన 31
కథ చివర! 33
అంతరాయం 35
Out of love 37
Battle 38
It's not me 39
Chapter of a white rose 41
Broken heart 43
తడి 44
Why I let you go !!! 46
Emotions 49
మనుషులు వెళ్ళిపోతారు 50
ఒంటరిగా నడవడమే 52
కాలిపోయిన డైరి 54
చీకటి నిండిన కళ్ళు 56
అసంపూర్తి గీతం 58
ఇంకేదో మిగిలే ఉంది 60
అల్లరికళ్ల పిల్ల 61
ప్రేమలేఖ 63
Long night 66
వేకువ 68
నా పేరేంటి...??? 70
కన్నీళ్లు కలవని సముద్రం 72

ఫిర్ మిలేంగే	75	గుండె సప్పుడు	87
మోకాళ్లపై వాలిన తల	76	Concentrated silence	89
రెండు గుంతలు	77	ఇంకా కొంచెం సేపు	91
పేరు చెప్పవా	78	తనే	92
నిద్ర వెలివేసాక	79	ప్రేమకథ	94
కొబ్బరిపాల సముద్రం	81	ఒంటరి పక్షి	96
పెన్సిల్ పూలు	83	మనస్సు పొరల్లోకి	98
వర్షమై ముద్దు	85	చెమ్మ	100

రుతువుల్లేని కాలానికో ప్రేమలేఖ

"ప్రేమయెదురైనప్పుడు దాన్ని అనుసరించండి! దాని దారులు కఠినంగాఅధిరోహించతలేనంత నిటారుగా వున్నా. దాని రెక్కలు నిన్ను చుట్టేస్తే బందీవైపో! ఆ రెక్కల మాటున చురకత్తి నిన్ను గాయపరిచినా – అది నీకు చెప్పిన ప్రతీదీ నిజంగా నమ్ము.

ఆ మాటలు నీ కలల్ని ఛిద్రం చెయ్యొచ్చు. వుత్తరపు గాలులు వనాల్ని నాశనం చేసినట్లు – ప్రేమ నీకు కిరీటమూ పెడుతుంది. సిలువనూ వేస్తుంది. నిన్ను పెరగనిస్తుంది. వెంటనే తుంచి సరిచేస్తుంది. నిన్ను కళ్ళంలో నూర్చుతుంది. తూర్పార పట్టి నిన్ను చుట్టుకున్న పొరల్ని విడదీస్తుంది. జల్లి పిండిలా విసురుతుంది, ముద్దగా నిన్ను వొత్తుతుంది. అప్పుడు తన పవిత్ర అగ్నికే నిన్ను ఆహుతి చేస్తుంది. అప్పుడే నువ్వు గొప్ప విందులో నైవేద్యంగా మారతావు. ప్రేమ యివన్నీ నీకు చూపిస్తుంది. నీకు నీ హృదయాంతరాళాల రహస్యాల్ని తెలియజేస్తుంది.

ఆ అవగాహనే జీవిత హృదయపు శకలంగా మిలుగుతుంది. నీ భయంలో నువ్వు యిచ్చే శాంతిని, ఆనందాన్ని వెదుకుతావు. అలా అయితే – నీ నగ్నత్వాన్ని ముసుగేసుకొని, ప్రేమ కళ్ళాన్ని దాటుకొని పో!

యీ రుతువుల్లేని ప్రపంచంలో నువ్వు నవ్వు కానీ ఆనందం, విషాదం కన్నీళ్ళు అయిపోయే వరకు మాత్రం కాదు. ప్రేమ యేమి యివ్వదు,

తీసుకోదు. తనను తాను తప్ప! ప్రేమ యెవరికీ సొంతం కాదు. తాను కూడా సొంతం చేసుకోదు. ప్రేమ చాలు ప్రేమకు!" అంటారు ఖలీల్ జిబ్రాన్.

యిప్పుడు శేషు కొర్లపాటి "పెన్సిల్ పూలు" అని రుతువుల్లేని కాలానికో ప్రేమలేఖని రాస్తున్నారు. ప్రేమంటే యుద్ధం కదా?! కన్నీళ్ళో, కావాల్సినంత నెత్తురో వోడ్చాలి కదా? కొత్త స్వరంతో కాసిన్ని పదాల్ని, కలల్ని, పూలనీ, వాన చినుకుల్ని పోగు చేసుకొని కవిత్వ యుద్ధంలోకి ప్రవేశిస్తున్నారు శేషు. శిఖరాల్ని అధిరోహిస్తున్నారు. లోయల్లోకి జారుతున్నారు. ప్రవాహాల్లో మునుగుతున్నారు. కెరటాల మీద తేలుతున్నారు. తప్పకుండా ప్రేమల తీరానికి చేరుతారు. సందర్భం పాతదే. ప్రతి వొక్కరికీ యెదురయ్యేదే. అయితే యే కాలంలో నిలబడి వున్నాము అనేదే సమస్య. యిస్లానెగ్రాలో నిలబడి నెరుడా చెప్పినా, తూటాని తలలోకి పేల్చుకొనేటప్పుడు మయకోవిస్కీ చెప్పినా, శాంతినికేతనంలో నిలబడి రవీంద్రుడు ఆలపించినా సారమంతా వొక్కటే. ప్రేమ కోసం సామాజిక విశ్వజనీనత కోసం యెలుగెత్తి ఆలపించటం. లేత స్వరంతో యిప్పుడు దానిని శేషు చేస్తున్నారు. కాలాల్లో తేడాలున్నా సందర్భాలన్నీ వొక్కటే. యుద్ధాలు, నియంతలు, జాతి యుద్ధాలు, వర్ణ వివక్షలూ యివే నేపథ్యాలు. యుద్ధాలు జరుగుతున్నప్పుడు ప్రేమని యెలుగెత్తడమే కవి చేసే పని. అయితే యిప్పుడు యుద్ధ స్వభావాలు, స్వరూపాలూ మారిపోయాయి. ప్రపంచం కుంచించుకుపోయి మనిషికీ మనిషికీ మధ్య సమూహానికీ సమూహానికీ మధ్యా జాతికీ జాతికి మధ్య ద్వేషపు యినుప తెరల్ని ప్రభుత్వాలూ, మీడియాలు దించుతోన్న కాలంలో ఆ యినుప తెరల మీద లేత ఆకుపచ్చని తీగలని విరబూయించటమే, ద్వేషాన్ని ధిక్కరిస్తూ ప్రేమల్ని యెక్కుపెట్టటమే యిప్పుడు కవి చెయ్యాల్సిన పని. అదే మార్గంలో శేషూ వున్నారు.

మనకి తెలుసు యిప్పుడొన్నది వొకానొక నిర్మానుష్యమైన వీధి లేదా

10 ❖ శేషు కొర్లపాటి

రోడ్డు.. అవి మనల్ని యెక్కడికి వొంటరిగా తీసుకొని వెళ్ళతాయో అసలు వొంటరిగా నడవటం అనే సందేహం, సందిగ్ధత ఆవరించటం సహజం. అలాంటి సందర్భాన్ని "ఒంటరిగా నడవడమే" కవితలో శేషు కవిత్వీకరించిన తీరు భలే వుంది.

మన చుట్టూ వున్న సమాజంలో డొల్లతనం నిండుకొని కంఠం యెండిపోతున్నప్పుడు మనం యెలా నడవాలో యెక్కడికి నడవాలోననే వొక నడకచిత్రాన్ని శేషు మన ముందుంచుతున్నారు.

అసలు యిదంతా యెప్పుడో న్యూ యెకనామిక్ పాలసీ తెరిచిన దారులు శరవేగంగా ఆక్రమించి ప్రపంచీకరణ మనిషిని వినియోగదారునిగా చేసి వికృత సేవారంగం మధ్య నిలబెట్టిన యీ సంక్షోభకాలంలో ప్రతీదీ వొక వినియోగ వస్తువే అవుతుంది. కవిత్వాలూ, కథలూ, సాహిత్యం, కళలు సమస్తమూ పలురకాల క్యూలో నిలబెడుతోన్న కాలంలో కలల్ని, కన్నీళ్ళని, ఆశలని, ఆకాంక్షలని, వెచ్చగా విచ్చుకొనే కరచాలనాన్ని యినుప బద్దీల ఆవల నిలబెడుతోన్న యీ కర్కశకాలంలో ప్రతి వొక్కరి ముందు అటోయిటో అనే సందిగ్ధం వచ్చి యెదురుగా నిలబడుతోన్న యీ సమయంలో వో ప్రత్యామ్నాయం కావాలి. వో ప్రేమ గీతం కావాలి. ద్వేషాల్ని, సకల విధ్వంసాలను బద్దలుకొట్టే వో సరికొత్త సజీవ విలువలు కావాలి. యీ నేపథ్యంలో నిలబడి తన మార్గం కోసం వెతుక్కుంటున్నారు శేషు. సమూహాలు తిరిగి పెనవేసుకునే వో శాంతి సమయాన్ని ఆకాంక్షిస్తున్న శేషు యింద్రధనస్సు వొలక బోసుకున్న రంగుల్ని సోషల్ మీడియా ద్వారా పూరిస్తానంటూ యీ తరం ప్రతినిధిగా హామీ యిస్తున్నారు. సరికొత్త పదచిత్రాలతో, చిక్కనైన కవిత్వంతో. అంతేనా!! కానే కాదు శేషు కళ్ళ నిండుగా యెన్నెన్ని కలల ఆశలో.. వాటిని తను విత్తనాలుగా యెలా నాటుతున్నారో చూద్దాం..

"నిప్పులు నింగికి ఎగసినట్టే
ఏదో ఒక రోజు
పచ్చని చెట్లు కూడా లేస్తాయి
మనం కన్న కలలకు సాక్ష్యంగా నిలుస్తాయి

ఆ రోజు మళ్ళీ కలుద్దాం" – మళ్ళీ కలుస్తామనే నమ్మకాన్ని మింగేసిన యీ సంక్షోభ సమయంలో రేపటి గురించి, కలల గురించి యీ "ఫిర్ మిలేంగే" అనే చిన్ని కవితలో శేషు మిలమిలలాడే ఆశని నాటుతున్నారు.

ముంచెత్తే ఆక్రమణలు, విసుగు పుట్టించే వాదోపవాదాలు, నిరర్థకమైన ప్రశ్నలు వుక్కిరిబిక్కిరి చేస్తోన్న సమయాలు బండరాళ్ళలా దొర్లుకొంటూ చుట్టుముడుతున్నప్పుడు పట్టనట్టు వుండలేక ఆర్తి నిండిన హృదయంతో శేషు రాస్తున్నాడు. ప్రతిక్షణం అస్తిత్వాలన్నీ లెక్కలలోకి, అంకెల్లోకి శరవేగంగా మారిపోతున్న యీ ప్రచ్ఛన్నయుద్ధకాలంలో మనిషి అనే పదానికి యే విలువా మిగలని కాలంలో "నా పేరేంటి" అనే తడుములాట యిప్పుడు ప్రతి వొక్కరిది. యీ అస్తిత్వాల గజిబిజిలో యిక నేనెక్కడా అని శేషు అడుగుతున్నారు.

యీ తరానికి ప్రతినిధిగా వో చిన్ని పలకరింపో, భుజం మీద వో వెచ్చని స్పర్శో, వీపు వెనుక తాకే శ్వాసో అరుదైన సందర్భాలుగా మిగిలిపోతున్న యీ వొంటరితనంలో వో ఆశల గీతాన్ని కోరుకుంటున్నారు.

యింత గాఢమైన కవిత్వాన్ని రాసిన శేషు.. వో సొంత స్వరం కోసం పెనుగులాడుతోన్న శేషు తాను నడిచే బాటను తాను యెగరేసే బావుటాను, తాను యే సమూహంలో నిలబడనున్నాడో యెక్కడ ఆర్తిగా తన అస్తిత్వాన్ని కోరుకుంటున్నాడో అనే విషయాలని తన కవిత్వంలోవిప్పి చెప్పాల్సే వుంది. దానికి నాందిగా మనిషి యెప్పుడూ వొంటరి కాదు అంటూ వొక సామూహిక స్వప్నం కోసం అన్వేషణ అతని మనసులో మొదలైయిందనేదానికి

నిదర్శనంగా "నీతో" కవితలో ఆ ఆశావాహ దృక్పథాన్ని కవిత్వమయం చేశారు.

"కవిత్వం రాసే సూత్రాలేవో పుస్తకాల్లో నాకెప్పుడూ దొరకలేదు. అలాని యువకవులకి అచ్చులో ఏదో సలహానో పద్ధతినో, వొక శైలినో, నాకేదో తెలిసిన జ్ఞానాన్ని బొట్టుగా విడవదల్చుకోలేదు. రాత, ముద్రణ లేకముందు నుండి యీ భూమి మీద కవిత్వం వుంది. అందుచేత మనకి తెలిసిన కవిత్వాన్ని రొట్టెలా అందరితో పంచుకోవాలి. చదువుకొన్నవారితోనూ, రైతులతోనూ, అపరిమేయం, అసాధారణం, ఆశ్చర్యకరమైన, జనసమ్మర్ధమందరితోనూ కవిత్వాన్ని పంచుకోవాలి. విచారంలో నేను బాలుణ్ణి, బీదల విషాదాన్ని, యేడ్చే వర్షాన్ని". 1971లో నోబెల్ బహుమతిని అందుకొంటూ ప్లాబ్లో నెరూడా చెప్పిన మాటలివి. ప్రేమ కవిత్వం, రాజకీయ కవిత్వం, తాత్విక కవిత్వం యిలా తనని తాకిన ప్రతీ చిన్ని విషయాన్ని కవిత్వమయం చేశారు నెరూడా. జీవితంలోని ప్రతి చిన్న విషయాన్ని అద్భుతంగా ప్రేమించగలిగారు కాబట్టే విశ్వకవిగా నిలిచారు. నెరూడా చెప్పిన మాటలు కొత్తవేం కాదు. కవిత్వం రాస్తోన్న ప్రతి వొక్కరికి తెలిసినవే. అలానే కొంతకాలంగా కవిత్వంతో ప్రయానిస్తోన్న శేషుకి కూడా ఖచ్చితంగా యీ విషయాలు తెలుసనిపించింది. యీ కవిత్వం చదువుతున్నప్పుడు.

యింతకు ముందున్న గొందరగోళాలు, వాగ్వాదాలు, రూపం సారం వివాదాలు దాటి వచ్చేసిన యీ తరానికి యేమి రాయాలో? యెందుకు రాయాలో? అనే స్పష్టత వుండటం యీ కాలంలో కొత్తగా వినిపిస్తోన్న కవులందరిలో వున్న వొక పాజిటివ్ అంశం. ఆ అంశంతో పాటు శేషులో వున్న మరో ప్రత్యేకత యీ కాలానికి కావాల్సిన స్పష్టమైన ప్రకటన యేమిటనేది తెల్సుండటంతో అతని కవిత్వం ఆకట్టుకుంటుంది. ఆలోచనలని రేకెత్తిస్తుంది.

యీ తరానికి వుపదేశాలు యేమాత్రం అవసరం లేదు. ఠాగూర్ అన్నట్టు..

"యెవరి మాటల్లో నా గొంతు వినిపిస్తుందో,
యెవరి చలనంలో నా వునికి వుంటుందో,
అతనెవరో నాకు ముందు నుంచే తెలుసేమో అనిపిస్తుంది". అనే స్పష్టత యీ తరానికి వుంది.

వేకువ స్వప్నం శేషుని "పేరు తెలియని ఒక భావోద్వేగం వెంటాడుతుంటే" "మళ్ళీ అలాంటి రోజే ఒకటొస్తే ఆ రోజు నిన్ను చాలా అడగాలి. నిన్ను నిన్నుగా చూసిన ఆ చూపు వేసిన ప్రతి ప్రశ్నా అడగాలి" అంటూ విరామమెరుగని సందడిగా, సంబరంగా మృదువైన ప్రేమమయమైన దృశ్యకావ్యంగా శేష "పెన్సిల్ పూల"ని అందిస్తున్నారు. రాయటానికి, చిత్రించటానికి, నేర్చుకోటానికి యెప్పటికి తరిగిపోని నిత్య నూతన కవిత్వపు తేనే ప్రవాహం యీ "పెన్సిల్ పూలు."

శేషూ కొర్లపాటికి హృదయపూర్వక అభినందనలు.

కుప్పిలి పద్మ
5 మాఘమాసం 2022

పూల వాన

వెన్నెల వాలిన శీతాకాలంపై
సన్నని వాన జల్లు

తోడుకోసం తిరుగుతూ
ఒంటరి చలిగాలి

పూలరేకుల నుండి జారే
చిరునవ్వులు

గుండెను తాకాలనీ
మనసును చేరాలనీ
ఎదురుచూసే విరజాజుల పరిమళాలు

ఇంతటి నిశ్శబ్దంలో

పెన్సిల్ పూలు ❖ 15

ఓ (ప్రేమ చప్పుడు

పెదాలపై సుతిమెత్తని ఒత్తిడి
మనస్సుపై పూల వాన

నీతో

ఎవరో వస్తారు
రోజూ ఒకే తీరుగా నడిచే కాలంలో
నాలో పసితనాన్ని మేల్కొలపడానికి

మరెవరో ఉంటారు
కౌగిలికి అందని దూరంలో
చల్లని గాలై మనసుకి హత్తుకోవడానికి
ప్రేమ కలబోసిన మోహపు జల్లై నీలో కురవడానికి

వేరెవరో ఉంటారు
నడిచే సముద్రమై
నిను తాకే అలై
ధైర్యం చెప్పేందుకు నీ భుజం తడుతో

పెన్సిల్ పూలు ❖ 17

నీలోనూ ఒకరుంటారు
నైరాశ్యం నిండినపుడు
ఆశలు ఆవిరైనపుడు
నేల రాలే కన్నీటి చుక్కల్ని
నిప్పులై మండించడానికి
నిన్ను నడిపించడానికి

Release you

O'me O'fool
You can't hide now

The long nights are over
The darkness you loved
The silence you need
is no more

Do not try to hide
Hide that emotional fool
Deep inside the roots

Break it
Come out

Out and cry
Cry...

Cry to release
Release you from the light
of real world.

పంజరం

చెలీ...
హద్దుల్లేని ఆకాశం ఉంది
అంతులేని ఆలోచనా ఉంది

ఇక్కడ హద్దులంటూ ఉంటే అవి నాకు
రెక్కలు తెగ్గోసుకున్న నా హృదయానికే తప్పా
నీకు కాదు

అయినా...
నన్ను దాటి వేరే ఆలోచన రాకపోతే
నన్నే దోషిగా చూపించి
తప్పూ నామీదకే నెట్టు
దివా రాత్రులందు నిన్ను మోసినట్లే
నీ ఊపిరంత బరువు తూగని

పెన్సిల్ పూలు ❖ 21

నెపాలనునూ మోస్తా

అనంతానంత ఆకాశం కన్నా
ఈ ఇరుకు హృదయమే బాగుందంటావా
మళ్ళీ మళ్ళీ అదే పంజరంలోకి వస్తానంటావా
బహుశా
అది ఇక కుదరకపోవొచ్చు

ఆ హృదయపంజరమిప్పుడో స్మశానవాటిక
నిన్ను ప్రేమించిన క్షణాలన్నీ
ఒక్కొక్కటిగా చితికెక్కుతున్నాయి
ఇక్కడ మృతదేహమూ నేనే
నేనే కాటికాపరి.

ప్రియమైనదానా...

ఎందుకు అలా
ప్రేమగా నావైపు చూస్తావ్

ఎంత దూరమని
అలా తోడొస్తావ్

మర్చిపోయిన జ్ఞాపకాలను
ఎందుకలా తవ్వి పోస్తావ్

ఇంకా
ఎంత భారమని మోయాలి
నీ చూపుల కట్లు
ఎన్నిసార్లని
తెంచుకోవాలి

అలా చూస్తూ చూస్తూ..
పూర్తిగా నీలోకి లాక్కోకు
కాస్త జాలి చూపించు
నువ్వు కురిపించే ప్రేమ
ఇప్పుడైనా కాస్త తగ్గించు

My dear moon
Don't tell me what I am
Let me live in this fictitious world

Dead nights

నిద్ర చెదిరినట్టు
నీళ్లు ఆవిరైనట్టు
నెత్తురు గడ్డకట్టినట్టు
ఆలోచన ఆగిపోతుందా

కలల కొలిమిలో
నేను తగలబడ్డాక
రేపు కొత్తగా ఉంటుందా

ఆశల తాడు పేని
నడిచే నా శవాన్ని ఉరితీసాక
మళ్ళీ శ్వాస ఆడుతుందా
కన్నెప్పల శబ్దానికి
ఈ చీకటికి బద్దలయ్యాక

పెన్సిల్ పూలు ❖ 25

వెలుగు తెల్లగానే ఉంటుందా

ఇపుడే
రెండు మనసులు మరణించాయి
కోరికలు తీరిన
రెండు దేహాలు వెతకండి
ఓ కొత్త కల కనగలవేమో చూద్దాం.

సంతోషం ఒంటరి కాదు

ఎన్నటికీ కరిగి కురవలేని తెల్లమబ్బులా దుఃఖం
ఉరి కొయ్యకు వేలాడే ఆశ
ఎంత అరిచినా బయటకురాని శబ్దం
ఈ సంతోషం

సంతోషం ఒంటరి కాదు
ఒంటరిగా అస్సలు రాదు
వస్తూ వస్తూ బాధనీ మోసుకొస్తుంది

బాధల బరువు నీ ఎదలోకి విసిరాక
తానో దూదిపింజై ఎగురుతుంది

చెక్కిళ్ళపై జారే వెచ్చని కన్నీళ్ల మీద
తానో చల్లని స్పర్శ
తెగిన గొంతునరాలపై
తానో లేపనం

తేలికైన మనస్సు మీద
మళ్ళీ తెల్లమబ్బులు
ఎక్కడో దూరంగా ఓ ఆశ
వెలివెయ్యబడి వేలాడుతూ.

Need a buyer

Before this world melts
Before this brain dead
Before this human race ends
Before the love die
I need a buyer

My time is on sale
I listed my time
The time that never comes back
I listed my time
Coated with a layer of emotions
and core full of soft flowers

I listed it

in the marked of first rains
and winter winds
Flavors of spring
and mornings of summer

I am selling it
Selling it for love
Need a potential buyer.

మౌనం ఓ యుద్ధ ప్రకటన

పిల్లా...
ఎందుకా కోపం
ఎవరి మీద అంత పంతం

బిగుసుకున్న కనుబొమ్మలుతో
ఎర్రని ఆ జీర కళ్లతో
ఎవరి మీద నీ యుద్ధం
నాతోనా...???

పిల్లా...
మంచు కొండల్లాంటి ఆ కళ్ళల్లో
ఎన్ని అగ్ని పర్వతాలు పేలాలి

పెన్సిల్ పూలు ❖ 31

పూలవనం లాంటి నీ మొహం మీద
ఇంకా ఎన్ని కన్నీటి వరదలు రావాలి

నువ్వు గెలిచావో లేదో తెలియదు కాని
నేను మాత్రం ఓడిపోయా

నీకు సగం పంచిన నా మనస్సు సరిహద్దుపై నిలబడి
ఈ యుద్ధానికి ఓ ముగింపు ఇవ్వమని అర్థిస్తున్నా
ఓ కన్నీటి చుక్కని రాయబారం పంపుతున్న
నీ నవ్వు సంతకం కోసం ఎదురుచూస్తూ

కథ చివర!

చెలీ...
ఈ సాయంత్రం
సముద్రం ఒడ్డున
అలలు ఆడుకోవడానికి
మన కాళ్ళు అప్పజెప్పి
ఓ కల కందాం
నెమ్మదిగా కదిలే ఆ మేఘాలని చూస్తూ
కదిలే ప్రతీ మేఘానికి
ఒక కథ చెబుదాం

ప్రతీ కథ చివర
నీదో... నాదో...
ఒక పేరు పలుకుదాం

ఆకాశంలో చీకటి కళ్లాపు జల్లాక
ఎవరి పేరు పైన కథ ఆగితే
వాళ్ల ఒడిని తలగడ చేసి
వాళ్ళ పేరుతో రాత్రికి
ఒక కొత్త ప్రేమను
అద్దుదాం.

అంతరాయం

నేను
ఆకాశవాణి గజిబిజి కేంద్రం
తాను
ఎప్పుడొస్తుందో తెలియని అంతరాయం

భయం బెరుకు అటూ ఇటుగా ఉన్న
ఓ అణా అంత పరిచయమే దూరం

ఆ చిన్ని దూరంలో ఎడా పెడా
కొన్ని వందల కలలు

ఓ రోజు ఆమె గొంతులో
మౌనం బద్దలయ్యింది

పెన్సిల్ పూలు ❖ 35

ఎందుకు కలిశామో తెలియకుండానే
కాలం కదిలి పోయింది
రేడియో స్టేషనూ మారిపోయింది
చుప్కే చుప్కే రాత్ దిన్
ఆసూ బహానా యాద్ హై
పాట రేడియోలో
నీరు నా కళ్ళలో

కన్నీటి పొరల్లో
జారిపోయిన కలల లెక్కలడగకండి
మరో అంతరాయం కోసం ఎదురుచూస్తున్న

Out of love

ఇష్టానికీ
ప్రేమకి మధ్య
సన్నని గీతలో
బోలెడన్ని కథలు

గీతలు అర్థమయ్యే లోపే
ముగిసిపోయిన జీవితాలు

ప్రేమలిప్పుడు
ప్రేమ వెలుపలే

Battle

ప్రియా....
యుద్ధాలు సుదీర్ఘమైన చోట
ఇది జీవితం
ఇక్కడ
అందమైన అధ్యాయాలన్నీ
లిప్తకాలపు సత్యాలే

ఆ కొన్ని సత్యాల కోసం
బతుకంతా యుద్ధం చేస్తాను

అవి కన్నీళ్ళతో నిండినవే కావొచ్చు
నువ్వు అందులో దుఃఖాన్ని చూస్తావు
నేను ఉద్విగ్నత అంటాను

It's not me

నా సమాధానం
నిన్ను గాయపరచొచ్చు
మందు నేను పూయను.

నీకు సంతోషమిచ్చు సమాధానం
నేను కాదు
నేను కానే కాదు

ఆ ప్రశ్న అడిగిన నువ్వు
సమాధానం కోసం
వేచిచూసిన నీ సహనం
నేను కాదు
నేను మాత్రం కాదు

నీ బాధకి
కారణం కాని నేను
నీ సంతోషానికీ కాను

నీలో కురిసే వానకి
నీ ఎదపై చేరిన ఎడారి దారికి
నేను కారణం కాదు

I can't be the reason
Behind Anything
That triggers you
I am just
Just me

Babie
Make sure
That
You shoot
A right question.

Chapter of a white rose

Babie...
You have a very sweet voice
But I got diabetes now

ఇప్పుడు
హై కేలరి కాల్స్ కట్ చేద్దాం
మాటల డైటింగ్ మొదలు పెడదాం

మూసేసిన మనస్సుల మూతలు తీసి
పూర్తిగా కాలిపోకముందే
ఇన్ని నీళ్లు నింపుదాం

Unlimited data plan లో
Never ending chats కి
Full force తో బ్రేక్ వేద్దాం

పెనేసుకున్న చేతులు విడదీసి
చెరోదిక్కూ నడుద్దాం

Babie...
Do you really miss me
Let me feel the same

Broken heart

నేనేమి దాయలేదు
దాచే ఓపికా లేదు
అయినా
దాయడానికి
ఇక్కడ ఏం లేదు
ఇరిగిపోయిన
ఆ ఇరుకు మనస్సు తప్ప

తడి

మనస్సు తడిస్తే
వాన
కళ్ళు తడిస్తే
తుఫాన్

అన్నీ నీళ్లే
అంతా తడే

తడవడానికి
మునగడానికి
మధ్య
ఒక ఎడారి

మునిగే రోజే వస్తే
కలిసున్నా
విడిపోయినా
పెద్ద తేడా ఉండదు.

పెన్సిల్ పూలు ❖ 45

Why I let you go !!!

ఎన్ని నదులు కలిసినా
సముద్రం ఎప్పుడూ ఒంటరే

ఎంతమంది ప్రేమించినా
సముద్రం ఎప్పుడూ ఏకాకే

సముద్రానిది ఎప్పుడూ
ఎడతెగని ఏకాంతమే

ఒక్కో క్షణం
ఒక్కో ప్రశ్న

సముద్రం నా ముందు
ఏకాంతం పరిచింది

నిశబ్ధం నింపి
వెళ్ళిపోతుంది

ఇప్పుడు సమాధానం
నేనే చెప్పాలి

చెప్పలేకపోతే
నేనే సమాధానమవ్వాలి

Who am I dream?
Why I let you go !!!

సముద్రం ఏదో చెబుతుంది

ఒక్కో అల
ఓ జ్ఞాపకం గుర్తుచేస్తూ మాయమవుతుంది

కాళ్లని తాకుతున్న అలలు
నీ కాళ్ళు ముద్దాడిన ఇసుక రేణువులను
నాపై వదిలి వెళ్తున్నాయి

నీ ఆలోచనలు అలుముకున్నాక
నాలో నేను చాలాసార్లు తప్పిపోయాను

నన్ను నేను వెతుక్కుంటున్న ప్రతిసారీ
సముద్రమే సమాధానమై
నా ముందు నిలబడుతుంది

కానీ
ఇప్పుడు ప్రశ్న
నేను కాదు నువ్వు.

Emotions

I shut my mouth
and hold my breath

O'dear
I can't
I can't stop them
flowing out of eyes now

మనుషులు వెళ్ళిపోతారు

ఏదో ఒక రోజు
మనుషులు వెళ్ళిపోతారు
ఎంత వేగంగా వస్తే అంతే వేగంగా
ఎంత దగ్గరగా వస్తే అంతే దూరానికి
నిన్ను వదిలి వెళ్ళిపోతారు

కొన్ని కారణాలు
ఇంకొన్ని కన్నీళ్లు మిగిల్చి
నీకు చెప్పో చెప్పకుండానో
నీ నుండి వెళ్ళిపోతారు

నేస్తమా...
తప్పు నీది కాదు
ప్రేమది.

స్వేచ్ఛగా ఎగిరే చిలకను
పంజరంలో పెడితేకానీ రాని ప్రేమది.

భూమి మీద ఉండే మొక్కల్ని
బాల్కనీలో బందించే ప్రేమది.

అందుకే
మనుషులు వెళ్ళిపోతారు
ఏ కదలికా లేని నిన్ను చూస్తూ
శవాల గది లాంటి నీ మనస్సులో ఉండలేక
వెళ్ళిపోతారు

వెళ్తూ వెళ్తూ
నీకు మంచిరోజులు రావాలని
మరో మంట నీ గుండెలో నింపి
వెళ్ళిపోతారు.

ఒంటరిగా నడవడమే

ఓపిక లేనప్పుడు
సమయం సర్దలేనప్పుడు
సర్దినా ఎంత దిద్దినా
అర్థం కానప్పుడు
ఒంటరిగా నడవడమే...

కల్లోలంలో నీ మనస్సున్నప్పుడు
కలిసిన ప్రతీ మనిషి
కనుమరుగైపోతున్నప్పుడు
కళ్ల చివర తడి ఆరనప్పుడు
ఒంటరిగా నడవడమే..

గమ్యం సుదూరమైనప్పుడు
ప్రయాణం పూర్తవ్వనప్పుడు

నీతో నడిచే మరో పాదం లేనప్పుడు
ఒంటరిగా నడవడమే

మరణం తాకే రోజేదో
ముందే తెలిసినప్పుడు
ఆ మరణం మరొకరికి బాధైనప్పుడు
ఒంటరిగా నడవడమే...

నవ్వే పువ్వులు రాలే చోటుకి
నడిచే నదులున్న చోటుకి
నీకు నువ్వు దొరికే చోటుకి
ఒంటరిగా నడవడమే...

కాలిపోయిన డైరి

పిల్లా...
నీపై ఒంటరితనం విసిరిందెవరంటే
ఎవరు సమాధానం చెప్పాలి

నువ్వా సముద్రం
ఎదురెదురు నిలబడినప్పుడు
ఎవరి మనస్సు పెద్దదంటే
ఏం చెప్పాలి
ఎవరి గుండె లోతెంతో
ఎలా కొలవాలి

మారే నీ గుండె లయను
ఏ భాషలో చదవాలి
మాయమైన నీ మాటల్లో

నన్ను ఎక్కడ వెతకాలి

నాలో నిన్ను కోల్పోయాక
ఒక ఉత్తరం రాశాను
కాలిపోయిన డైరీలో
నీ అడ్రస్ ఎలా తెలియాలి

చీకటి నిండిన కళ్ళు

చీకటి నిండిన పెద్ద పెద్ద కళ్ళతో
శూన్యాన్ని బద్దలు కొడుతూ
ఇంకా నువ్వు నా కళ్ళముందు
కదులుతూనే ఉన్నావ్

నీ ముఖంలో
వెలుగులు నిండిన రోజులు

నీలో
వెన్నెల మాయమైన రోజులు

ఇప్పటికీ
నాకు పాఠాలు చెబుతూనే ఉంటాయి

లెక్కలేనన్ని సార్లు విరిగిన
ఆ రెక్కల చెప్పుడుతోనే కదా
ఇంకా యుద్ధం చేస్తున్నావ్

విసిరేయబడ్డ ఈ ప్రపంచంలో
ఎండుటాకువైన రోజుల్లో కూడా
ఏ గాలీ నీ వైపు వీయలేదు

ఇప్పుడు
నీకు మిగిలిందేమిటి!!!

అసంపూర్తి గీతం

ఏం చెప్పాలో తెలుసు
కానీ గొంతే పెగలడం లేదు

❖❖❖

దారి మారింది
గమ్యం చేరువ కాలేదు

❖❖❖

కల తీరేలాలేదు
ప్రాణం పోవడంలేదు

❖❖❖

గెలిచానని తెలుసు
యుద్ధం ఆగడం లేదు

❖❖❖

జీవితం మరో మలుపు తిరిగింది
ఎక్కడా చిన్న మార్పు కూడా లేదు

❖❖❖

I can rise from ashes
But there is no sky

ఇంకేదో మిగిలే ఉంది

తెల్లవారింది
ఇంకా వెలుగు రాలేదు

❖❖❖

ప్రయాణం పూర్తయింది
దిగాల్సిన స్టేషన్ రాలేదు

❖❖❖

నిద్రపట్టడం లేదు
మత్తు వదలడం లేదు

❖❖❖

ప్రేమ తీరిపోయింది
రెక్కల చప్పుడు ఆగలేదు

అల్లరికళ్ల పిల్ల

ఎందుకో ఉన్నట్టుండి
నిన్ను చూడాలనిపిస్తుంది

నన్ను చూడాగానే
మెరిసే ఆ కళ్లను
ఒక్కసారి ముద్దాడాలనిపిస్తుంది

నాకోసం ఆలోచించే
ఆ మనస్సును
ప్రేమతీరా కౌగిలించుకోవాలనుంది

అయినా నా పిచ్చిగానీ
ఇట్టే తీరిపోయేదేనా నీ ప్రేమ

అల్లరికళ్ల పిల్లా..
నేను ఎంత దూరం జరిగినా
నన్నే వెతుక్కుంటూ వస్తున్న జీవనది కదూ
నీ ప్రేమ

అందుకే
చెదిరిపోని కలలా
ఓ అందమైన నిజంలా
నీకెంతో ఇష్టమైన
ఓ ఎర్ర గులాబీతో
ఇప్పుడే నీ దగ్గరకు రావాలనుంది.

ప్రేమలేఖ

కన్నీళ్లను కప్పి ఉంచడం
కళ్ళ నిండా చూసుకోలేకపోవడం

పెరిగే ఆ గుండె వేగాన్ని
అమాంతం ఆపెయ్యాలనిపించడం

పిల్లా
ఇదంతా ఏంటని అడిగితే
దేనికి నా దగ్గర సమాధానం లేదు

ఎక్కడ వెతికినా నువ్వే
ఎటు పోయినా నీ గురుతులే

వరదలై నీ ఆలోచనలే

పెన్సిల్ పూలు ❖ 63

కళ్ళనిండా కాలువలై నీ తలపులే
నదులై నీ మాటలు ప్రవాహాలే

పిల్లా...
పొంగుతున్న ఈ జ్ఞాపకాల సముద్రంలో
ముంచెత్తే ఒక్కో తుఫాను నీ నవ్వేకదా

నీ అడుగుల గుర్తులని తడుపుతూ
ఇక్కడ వాన పడుతుంది
మళ్ళీ అదే పరిమళం

నీ అడుగులు పడిన చోట
నేల మళ్ళీ వనమై నిద్ర లేస్తుంది

నుదుటిపై నీ పెదాలు తాకినచోట
ఇప్పుడు కూడా అదే చల్లదనం

తేనె కళ్ల పిల్లా...
అంతా ఏకాంతమే కదా...
ఇద్దరం కలిసి ఒక్కటైపోయిన వేళ
ఎడతెగని మోహావేశంలో ఆ మాధుర్యం
ఇప్పుడు లేదు కదా..

ఇప్పుడూ అదే ఏకాంతం
కానీ ఈ విశాల ప్రపంచంలో
ఒక్కడినే మిగిలినంత నిశ్శబ్దం

నిశ్శబ్దం చీలుస్తూ
నా భుజాల పై ఓ పావురం
ఆ పావురం రెక్కల చప్పుడులో కూడా
నువ్వు పాడే పాటే వినిపిస్తుంది.

Long night

ఒక్కోసారి అంతే
జ్ఞాపకాలు ఈదలేక
ఒంటరి రాత్రి అలసిపోతుంది

గుర్తుకొచ్చిన వాటిని
మోస్తూ... మోస్తూ...
ఒడ్డుకు చేరకముందే
నిద్రలోకి జారుకుంటుంది

రాత్రి భుజం మీద జ్ఞాపకాలు
బంగీ జంప్ చేసి మరీ
గతంలో కలిసిపోతాయి

రాత్రికి నిద్ర కొత్త కాదు

నిరాశా కొత్త కాదు
జ్ఞాపకాలు కొత్త కాదు
జ్ఞాపకాలను మోయలేక
తానే మరో జ్ఞాపకమైపోవడమూ కొత్త కాదు

కానీ ఎందుకో
ఈ రోజు
మళ్లీ ఈతకు వెళ్తుంది

వేకువ

ఊరవతల ఒకింట్లో
వేసవి విడిదికొచ్చిన
ఓ వేకువ పిట్ట ఉంది

తెల్లని కాగితంపై
కొత్త ప్రపంచం సృష్టించగలదు

అక్కడ
అన్నీ అద్భుతాలే

వాడిన తీగలపై
ప్రేమ పూయించగలదు

నిద్రపోతున్న సీతాకోకచిలుకల రెక్కలకు

68 ❖ శేషు కొర్లపాటి

తన వేళ్ళతో రంగులు అద్దగలదు

కాస్త ప్రేమించి చూడు
తన చిట్టి చేతులు
నీ చెంపలపై ఆనించి
నిన్ను కూడా తన ప్రపంచంలోకి తీసుకుపోతుంది

కొత్త కొత్త మాటల జల్లు
నీపై కుమ్మరిస్తుంది

ఆ తియ్యని జల్లులో
ఎంతసేపు తడిసినా
ప్రేమ తీరదు

మ్యాజిక్ చేస్తానంటూ
కళ్ళు మూసుకోమనడమే
తన మ్యాజిక్

ఆరేళ్ళ ఆ బుజ్జి గువ్వ
మీకు ఎలా కనిపించినా

రేపటి స్వప్నం
ఈ"వేకువ"

పెన్సిల్ పూలు ❖ 69

నా పేరేంటి...???

ఆశ పడుతుంటా
భ్రమ పడుతుంటా
నాదంటూ ఒకటుందని
నేనే లేనని తెలిసిన క్షణంలో
ఇక నేనెక్కడ?

కన్రెప్పల చప్పుడు సాక్షిగా
కూలిపోయిన కలలు
కన్నీటికి పూచిన పూలు
నన్ను వెక్కిరిస్తూనే ఉన్నాయి

ఏదో ఒక రోజు
నీకు ఏం కానట్టు
ఎక్కడో ఒక మూల

శూన్యమంత నిశ్శబ్దంగా
మిగిలిపోతా

అప్పుడు మాత్రం
నన్ను తలచుకోకు
నన్ను నిందించకు

గతంలేని జ్ఞాపకాలు
వర్తమానం ఎరుగని ప్రేమలు
చెలమలా ఊరే గుండెలు
మనమనే సజీవమైన కల

అన్నీ... నీ దగ్గరే వదిలేసి
నన్ను నేను వెతుక్కుంటూ వెళ్లిపోతా
నన్ను నన్నుగా చూపే నాలోకి
నేను మర్చిపోయిన నాలోకి

మెహబూబా....
ఏమీ అనుకోకపోతే
చివరిగా ఒక్క ప్రశ్న
నిన్ను కలవక ముందు నా పేరేంటి... ???

పెన్సిల్ పూలు ❖ 71

కన్నీళ్లు కలవని సముద్రం

రెండు హృదయాలు
కొన్ని తపనలు
నవ్వులుగా విసిరితే... అదొక లోకం

తెల్లటి ఇసుకపై ప్రేమ గుర్తులు
కెరటాలపై తేలే ఆశలు

సముద్రపు హోరు
నువ్వు పాడే ప్రేమ పాట
ఎప్పటికి చెదరని మన అడుగులు

అక్కడి నీటిలో
ఇప్పటికీ కన్నీటి చుక్కలు కలవలేదు

❖❖❖

కొన్ని క్షణాలు
కొన్ని ప్రేమలు
ఆశలుగా చల్లితే... అక్కడో వనం

ఇప్పపూల మత్తు గాలి
మోదుగుల పొన్పు

పూసేదంతా మన ప్రేమైన చోట
నీతో గొంతు కలిపే కోయిలలున్నచోట
ఊపిరి నాట్యం చేస్తున్నచోట
నీ పేరు వినబడగానే పూల జల్లు కురుస్తుంది

ఆ పూలు
ఎప్పటికీ వాడిపోని పసిమనసులే

❖❖❖

కొన్ని పాటలు
కొన్ని కన్నీళ్లు
అనుభవాలుగా ఎగిరితే అదో ఆకాశం

ప్రతీ మబ్బు చివర మన కలలే
ఒక్కో కలా ఒక్కో ముత్యం

గాలంత తేలికైన కలలు
మన ఊపిరి తాకి వరదైపోతున్నాయి

ప్రేమ పక్షులు
ఈత నేర్చుకోవడం మర్చిపోయాయి

ఫిర్ మిలేంగే

నిప్పులు నింగికి ఎగసినట్టే
ఏదో ఒక రోజు
పచ్చని చెట్లు కూడా లేస్తాయి
మనం కన్న కలలకు సాక్ష్యంగా నిలుస్తాయి

ఆ రోజు
మళ్ళీ కలుద్దాం

మోకాళ్లపై వాలిన తల

నడిరాత్రి సముద్రం ఒడ్డున
ఇసుక పాన్పుపై
ఏకాంతంలో
చుక్కలు లెక్కపెట్టమన్నావ్
లెక్క తేలని చుక్కలన్ని కలలు కనమన్నావ్

ఇప్పుడా కలలన్నీ
ఎదురుచూస్తున్నాయి

రెండు గుంతలు

సాయంత్రం సముద్రం తీరంలో
రెండు గుంతలు తవ్వాను

ఒకటి నాకోసం
ఒకటి నా కలల కోసం

మరి నన్ను పూడ్చేది ఎవరు?

పేరు చెప్పవా...?

కొత్తగోదారి రంగు ఒళ్ళు
వరదగోదారి లాంటి నడక

కాటుక కళ్లు
కట్టి పడేసే చూపు

పిల్లా
ఎన్ని మాటలు చెప్పావ్
ఎంత అల్లరి చేశావ్

మళ్ళీ కలిస్తే
అన్నింటి కంటే ముందు
నాకు తెలియనీ
నేను అడగనీ
నీ పేరు చెప్పవా

నిద్ర వెలివేసాక

ఎప్పటిలాగే ఈ రాత్రి కూడా నిద్ర నన్ను వెలివేసాక
రంగులన్నీ రెక్కలొచ్చిన పక్షుల్లా ఎగిరిపోయాయి

ప్రపంచమంతా సింగిడి పొడుస్తుంటే
చీకటి రంగు నన్ను వెంటాడింది

పేరు తెలియని పుస్తకం పేజీలు మారుతుంటే
అమావాస్య రూపం నా కళ్ళలో కూర్చుంది

మిత్రమా...
ఓ చీకటిని ఓ పక్షిని పంపిస్తా
ఆ సముద్రాల అవతల పరుచుకున్న వెలుగుని
కొన్ని రంగుల్ని వాటికిచ్చి పంపు
కుదరదంటావా

నువ్వు పట్టుకుపోయిన మన జ్ఞాపకాలనైనా పంపు

అదీ కుదరకపోతే
ఆ ట్విట్టర్ కూతలు దాటి
ఇన్స్టా ఫిల్టర్స్ తెరలు తీసి
ఒక్కసారి ఇటు చూడు

నువ్వు చూడని ఓ కొత్త చీకటిని పరిచయం చేస్తా
నువ్వు నాలో నింపిన ఏకాంతం చూపిస్తా

కొబ్బరిపాల సముద్రం

రెక్కలున్న ఓ చల్లని సముద్రం నా నుదిటిపై వాలినప్పుడు
తాను పుట్టించిన సిగరేట్ పొగ పెదవులు మారుతుంది

చేతులనదిలో కలిసినప్పుడు
మనసులో తడి ఆవిరై
కనురెప్ప చివరన ముత్యమై పుడుతుంది
కొబ్బరిపాలవాసన నా సముద్రం

గిటార్ స్ట్రింగ్స్‌లాగో వయోలిన్ తీగలానో
తన తల నిమిరితే
తెల్లటి దారంపై కదిలే నీటిబొట్టు నవ్వులా
మనసుని కదిపే ఒక సన్నని సంగీతం వినబడుతుంది

తేనెకళ్ళ నా సముద్రపుకాళ్ళు

గుండె మధ్యలో నిలబడి గడ్డం అంచున తాకితే
మేపల్ ఆకుల మంచుగాలి ట్యాంక్ బండ్ మీద కురిసినట్టు
సముద్రం మనస్సు పొంగినట్టు
నా గుండెలో నిండినట్టు
కొత్తగా సిగ్గుపడడం నేర్చుకున్నట్టు ఉంటుంది

అమావాస్య ప్రపంచంలో వెన్నెలరంగు ఆ సముద్రం
చల్లబడుతున్న నెత్తురులో వెచ్చని ఊహ ఆ సముద్రం
నక్షత్రాల మనసుకు రెక్కలున్న ఆకాశం ఆ సముద్రం
ఎంత దగ్గరున్నా అందనంత దూరం నా సముద్రం

వేసవి వాలిన నా పెదవులపై
వింటర్ వర్షమై కురిసే రోజు
ఓ నా సముద్రమా
ఎడారి దారుల నా చెంపలపై
మంచు జల్లులా మారి కాస్త తడిమిపో

పెన్సిల్ పూలు

పేరు తెలియని ఒక భావోద్వేగం వెంటాడుతుంటే
ముక్కలు ముక్కలుగా తెగిపోయిన బాల్యం మనకెదురైనప్పుడు
మోకాళ్లపై వాల్చుకున్న నా తల
నీ ఒడిని వెతికిన రోజు గుర్తుందా

మళ్ళీ అలాంటి రోజే ఒకటొస్తే
ఆ రోజు నిన్ను చాలా అడగాలి
నిన్ను నిన్నుగా చూసిన
ఆ చూపు వేసిన ప్రతి ప్రశ్నా అడగాలి

ప్రియమైన పేరు తెలియని భావోద్వేగమా...
కసితీరా నువ్వు కాల్చేసిన నా కలల చిట్టా ఎక్కడ

రబ్బరుపై గీసిన నీ సగం మొఖం ఎక్కడ
నీ పేరు చివర పూసిన ఆ పెన్సిల్ పూలు ఎక్కడ

మన నిశ్శబ్దం విన్న చెస్ బోర్డ్ భటులెక్కడ
మన అల్లరికి సాక్షం చెప్పే టెన్నీ కోయిట్ ఎక్కడ

నాలుగు రెక్కలున్న తాటాకుల ఫ్యాన్ ఎక్కడా
నీ కాలికి నే రాసిన ఆ లేత టేకాకులపారాణి రంగు ఎక్కడ

మనం మార్చుకున్న ఆ పావలా గ్రీటింగ్ కార్డులూ
నేను సంతకం చేసిన ఫోర్ రూల్డ్ పుస్తకం ఎక్కడ

నీ క్యారెజీకంటిన మట్టివాసనెక్కడ
సివిల్ డ్రస్ సన్నజాజుల పరిమళమెక్కడ

అడిగితే ఇస్తావనో
లేనివి తెస్తావనో కాదు
అయినా అడగాలి
ఆ ఊరి మాట విన్న ప్రతిసారీ గుర్తుకువచ్చే
నీ చేతి స్పర్శ సాక్షిగా అడగాలి

నాకు బాకీ పడ్డ ప్రతి ఊహనీ అడగాలి
నేను పెట్టిన ప్రతి ముద్దునీ
అప్పుడే అక్కడే వెనక్కి అడగాలి

84   ❖ శేషు కొర్లపాటి

వర్షమై ముద్దు

ప్రతి చోటా అక్షరాలే
నీ నడకలో
నీ నవ్వులో
నువ్వు నడిచే దారిలో
నన్ను చూసే చూపులో

ప్రేమ అర్థమవ్వాలంటే

మాటల తేనె కురవాలా
నీ శ్వాస శబ్దం సరిపోదూ

గంటలు గంటల మాటలు కావాలా
ఓ నులివెచ్చని స్పర్శ సరిపోదూ

పెన్సిల్ పూలు ❖ 85

క్యాలెండర్ కాగితాలు చిరగాలా
నాలుగు పెదవులు కలిసిన మూడు నిమిషాలు సరిపోవూ

వందేళ్లు కలిసి బ్రతకాలా
కన్నుల చివర ఊపిరి
బుగ్గల అంచున తడి
తగిలిన ఆ రెండు క్షణాలు సరిపోవూ

పిల్లా...
ప్రేమ వర్షమై ముద్ద చెయ్యాలా
నీ తడి జుట్టు నుండి కారే ఒక్క నీటి ముత్యం చాలదూ

గుండె సప్పుడు

అబద్ధం చెప్పడం రాని అద్దం
నా ముఖంలో నవ్వు లేదని
పొద్దున్నే నిజం చెప్పేసింది

బయటకి పోదాం అని దొడ్లోకి దూరితే
తానం ఐపోయాక గుర్తొచ్చింది
ఏరోజు లేంది ఇయ్యాల తుమాల మార్చిపోయానని

ఇడిసిన లుంగితోనే సగం ఒళ్ళు తుడుసుకుని
మళ్ళీ అదే కట్టుకుని దొడ్లోనుంచి బయటడ్డా

అక్క పెళ్లికి కుట్టించిన చొక్కా ఇస్త్రీ మడతిప్పితే
మూడో బొత్తామ్ తెగి మంచం కిందకి దూరింది
తెగిన బొత్తామ్ కుడుతుంటే

కదులుతున్న ఆలోచనలోకి కస్సున దిగింది సూది

నీ నుండి బయటపడి
నారిగాడి కూతురి పెళ్ళికెళితే
పిన్ని రాలేదా బాబాయ్
తెలిసే అడిగిందో
తెలియక అడిగిందో
మళ్ళీ నన్ను నీలోకి తోసేసింది ఆ అమ్మాయి
ఈసారి సానా కట్టమైపోయింది

కొన్ని మాటలు కొన్ని నవ్వులు
దేంట్లోనూ జీవం లేదు
ఈలోపు పొద్దుకూకింది

అన్నం కంచం కాడా అదే ఆలోచన
నువ్వు ఏం సేత్తున్నావో
ఎప్పుడొత్తావో అని

నిద్రలో గుండె మీద చెయ్యి వేసుకుంటే
ఏదో బెంగ
గుండెకు చేతికి మధ్య నువ్వు లేవని
గుండె సప్పుడు ఇనడం లేదని

88 ❖ శేషు కొర్లపాటి

Concentrated silence

ఎందుకే పిల్లా అంత కోపం
నువ్వు వదిలిన శ్వాసకి
రేకులురేకులుగా మా పెరట్లో ఓ గులాబీ పువ్వు రాలింది
గులాబీ రేకు తాకి వయోలిన్ తీగ తెగుతుంది
తెగిన తీగ నా మనసుకి చుట్టుకుని
నా మౌనం పిండి నీ ముందు ఆరబోస్తుంది.

ఎక్కడనుండో కోపం విసిరి
ఓ జ్ఞాపకాన్ని తవ్వి పోతావ్
గడియారం ముల్లు వెనక్కి తిరుగుతుంది
నువ్వు తవ్విన జ్ఞాపకం బరువు పెరిగిపోతోంది
మోయలేక మనసు మీద పెట్టుకుంటే మళ్ళీ చిగురిస్తుంది

ఎర్రబడ్డ ఓ చూపు తెచ్చి

ఎంత దులిపినా పోని నా మౌనం
నీ మొఖానికి రుద్దుకుని పోయావ్
అది రంగు కాదే పిల్లా నీటితో కడగడానికి

కన్నీళ్ళతో కడిగి కడలిలో పోసావా
ఎగసిపడే ఆ కెరటాలు చప్పుళ్ళు విను
నీ కన్నీరు తనలో కలుపుకోలేని కష్టాలు చూడు

Baby...
Tears cannot dilute the silence.

ఇంకా కొంచెం సేపు

ఇంకా కొంచెం సేపు కూర్చోవా పిల్లా
హృదయం ఇంకా నిండనే లేదు
రాత్రి ఇంకా ముగియనే లేదు
ఇంకా మన ముచ్చట ఒడవనేలేదు

ఇంకా కొంచెం సేపు కూర్చోవా పిల్లా

ఇక్కడే నా పక్కనే
చెయ్యి పట్టుకుని ఇలాగే
ఇంకా కొంచెం సేపు కూర్చోవా పిల్లా

తనే

తవ్విన కొద్దీ జ్ఞాపకాలు
కొబ్బరి చెట్టు పక్కన కుర్చీలో
మల్లె పొద కాడ
వరండా ఉయ్యాల మంచం మీద
పెరటి గుమ్మం పడక కుర్చీలో
ఆరుబయట వెన్నెలని బేరమాడుతూ
ఎక్కడ తవ్వినా తనే

చున్నీతో కళ్ళ గంతలు కడుతూ
చెమట చెంపపై ముద్దు పెడుతూ
చూపుడు వేలుతో నా పెదాలకు ప్రేమను పూస్తూ
తవ్విన కొద్దీ తనే

కాలర్ బటన్‌కి వేలాడుతూ

పెదాలపై పెదాలతో
వేళ్ళ మధ్య చిక్కుకుని
ఊపిరితో పాటలు పాడుతూ తనే
ఎంత తవ్వినా తనే

జ్ఞాపకాలతో రాత్రిని తవ్వుతూ కూర్చున్న
రాత్రి పగలు తేడా లేకుండా
తవ్వుతూ తవ్వుతూ..
దొరికిన ప్రతీ తనని మూట కట్టి
తెల్లని కలపై పారబోస్తే
అక్కడా తనే

తన గుండెల మీద చెవి పెట్టి నిద్రపోతే
నా నుదిటిపై ముద్దు పెడుతూ తనే.

ప్రేమకథ

నిద్ర నాతో దోబూచులాడుతుంటే
నా పక్కనున్న నిశాచరుడితో
సూఫీ..
ఓ ప్రేమ చెప్పకూడదూ...
'నా దగ్గర ప్రేమకథలు లేవు'
అడగమే తప్పన్నట్టు ఓ చూపు చూశాడు

అయితే, నీ కథల్లో ఓ కథ
నీ కళ్లను కాలువలు చేసిన కథ
అలాంటి కథ చెప్పు
కానీ మొత్తం చెప్పకు
ఆ కథలో ప్రేమ
ప్రేమున్నంత వరకు మాత్రమే చెప్పు

నా మాట ఇంకా పూర్తి కానేలేదు
తను ఇక్కడ లేదు
నేనడిగిన కథ మొదటిలో ఉన్నాడు
నా కోసం ఆ బరువైన కథను
తన గుండెలమీదకి ఎత్తుకున్నాడు
కథ ఇంకా మొదలు కాలేదు
అప్పుడే ఆ కళ్ళలో ఓ వర్షం
కథ అడిగిన నా కళ్ళలో నిద్ర మరణించింది.

ఒంటరి పక్షి

తీరమంతా మన కలల గుర్తులు
తిరిగిరాని కొన్ని మాటలు
చెదిరిపోని పాదాల చప్పుళ్లు
శ్వాసలవేడికి మరిగిన సాయంత్రాలు
అక్కడే నాటిన కొన్ని ఆశల విత్తనాలు
ఒక్కటిగా కలిసిన రెండు గొంతులు పాడిన పాటలు

పల్లవులు దాటని పాటలు
ప్రతి పాటా విషాదమే
అప్పుడే నవ్వులు
అక్కడే కన్నీళ్లు
మళ్ళీ పాటలు

పాడిన ప్రతిసారీ మారే అర్థాలు
నవ్వుకునే కొన్ని కెరటాలు
జాలిలేని మేఘాల పరుగులు
అప్పుడే కాళ్ళ కిందకి సూర్యుడు
చీకటంతా కళ్లలోనే
నీ కళ్ళు మూస్తే చంద్రుడు
నా కనుపాపల చివర సూర్యుడి కిరణాలు

మళ్ళీ అదే తీరం
కొన్ని కొత్త ప్రేమలు పిచ్చుక గూళ్ళు
మునిగిపోయే పాత ప్రేమ పడవలు
అవును అక్కడే నిన్ను నేను చూసింది
మనసులు మూగబోయేలా మనం పాడింది అక్కడే

అదే తీరం
నిశ్శబ్దం నింపుకుని
నువ్వు లేని నా రాకపై నిషేధం విధించింది
ఒంటరి పక్షులు ఒక్కొక్కటి వచ్చి గుంపుకట్టి
ఒడ్డున పడిన నా ఒంటరి మనసులో తడిని తాగుతున్నాయి.

మనస్సు పొరల్లోకి

కొన్ని నదులు అంతే
వెనక్కి నడుస్తాయి
ఎందుకో
ఉన్నట్టుండి
గుండెలో ప్రేమనంతా తోడేసి
ఉత్త రక్తం పంపే
యంత్రాన్ని చేస్తాయి

కొన్ని అలలూ అంతే
వెనక్కి వెళ్లాలని తెలిసినా
ముందుకే వస్తుంటాయి
కింద పడతాయని తెలిసినా
పైకే లేస్తుంటాయి
మనిషిని తాకాలనో

మనస్సు పొరల్లోకి చేరాలనో

గుండె నిండా
కన్నీళ్లు నింపుకున్న సముద్రం
కళ్ళ నుండి
ప్రేమను పొంగించే సముద్రం
ఆవిరైన నదిని వెతుక్కుంటూ
ఏదో రోజు రాక మానదు

మేఘం చలించి చినుకై నేలను తాకే రోజు
మనస్సు వరదై పారే రోజు
నది గుండె నిండిన రోజు
వేసే ప్రతీ అడుగులో
నీ నవ్వంత ప్రేమ పూస్తుంది

చెమ్మ

కొన్ని పేర్లచివర
ఎప్పుడూ కన్నీటి చెమ్మ
తగులుతూనే ఉంటుంది

దగ్గరవుతున్న వేళ కొంత
దూరంగా వెళ్తున్న బాధలో ఇంకొంత
కళ్ళని తడపకుండా పోయిన దారి
ఇప్పటివరకు లేనేలేదు

సంతోషం దుఃఖం కోపం ప్రేమ
భావమేదైనా
చెమ్మ తగలకుండా
ఆ పేర్లు దాటడం ఇప్పటికీ రాదు నాకు.

www.ingramcontent.com/pod-product-compliance
Lightning Source LLC
LaVergne TN
LVHW091959210825
819277LV00035B/395